# கருப்பழகி

**ஜோதி ராஜ்**

ஏலே பதிப்பகம்

**கருப்பழகி**
ஆசிரியர் © **ஜோதி** ராஜூ

முதற்பதிப்பு 2021
பக்கங்கள் 27

புத்தகத்தின் முழு உரிமையும்
ஆசிரியருக்கே சொந்தமாகும்
©Jothijeenu
ISBN 978-93-5533-040-6

புத்தகம் வெளியிடு
ஏலே பதிப்பகம்
aelaypublish@gmail.com
phone – 9944992571

Aelay Publish
www.aelaypublish.com

கதை தொடங்கும் முன்..........

இக்கதையில் தன்னிடம் இருப்பது ஒருகுறை என்று நினைத்து தனக்கான அடையாளத்தை தனக்குள்ளே புதைத்த வள்ளியை போல் ஒரு பெண்ணின் துயரம் கண்டு அவளை ஏளனம் செய்யும் ஆண்களுக்கு மத்தியில் அவளுக்கு உதவி செய்து அவளின் திறமையை உலகிற்கு கட்டிய கதிர் போல் ஒரு ஆணும் பெண்ணும் இருந்தால் வானம் வசப்படும். தனக்கான திறமைகளை ஏதோ ஒரு சூழ்நிலைக்காக அனைத்தையும் தனக்குள் புதைத்து வாழும் பெண்கள் இன்னும் இருக்க தான் செய்கிறார்கள். கதிரை போன்று என் கணவன் அளித்த ஊக்கத்தால் தான் இன்று வள்ளியை போல் நானும் எழுத்தாளராக தொடர்கிறேன் எனது கதையை.......

கருப்பழகி

நீ என்ற ஒர் எழுத்து

நாம் என்ற ஈரெழுத்தாய்

காதல் என்ற மூன்றெழுத்து

வாழ்க்கை என்னும் நான்கெழுத்தாய்

வசந்தம் என்ற ஐந்தெழுத்து

கதிர்வள்ளி என்னும் ஆறெழுத்தாய்

"கதை"

தொடங்குகிறது............

காவேரி ஆற்றங்கங்கரையில் கண் கலங்கியபடி உக்கார்ந்து இருக்கிறாள் ஒரு பெண். அவள் தான் வள்ளி என்னும் கருப்பழுகி. பள்ளி படிக்கும்போது அனைத்து போட்டிகளிலும் வெற்றி மட்டுமே கண்டவள். வாழ்விலும் வெற்றி கொள்ள முயல்றாள். அழகை மட்டுமே பார்த்து நட்பு கொள்ளும் மானிட உலகில் வள்ளிக்கு என்று தோழிகள் யாரும் கிடையாது. காரணம் கொஞ்சம் கருப்பாகவும் முகம் முழுவதும் பருகளோடும் இருக்கும் வள்ளியை யாருக்கும் பிடிக்காமல் போனது. அன்பிலும் அவளின் பாசத்திலும் படைத்த கடவுளே தோற்று விடுவான். உதவி என்று கேட்பவன் எதிரியாக இருந்தாலும் உள்மனதோடு உதவும் எண்ணம் இவளுக்கு உண்டு. அதனாலோ என்னவாவோ கடவுள் இவளை உள்ளத்தில் மட்டும் அழகாக படைத்துவிட்டான். அவள் அழகாய் இல்லை என்பதால் அவளுடன் நட்பு கொள்ள யாரும் விரும்பவில்லை. சில நாட்கள் கழித்து வள்ளியின் மனதில் ஒரு தாழ்வு மனப்பான்மை நிழவியது. படிப்பின் மதிப்பு தெரிந்ததால் என்னவோ பன்னிரெண்டாம் வகுப்பு முடித்து விட்டாள். கல்லூரி படிப்பை தொடர அவளுக்கு மிகுந்த

ஆர்வம். ஆனால் இதற்கு ஏற்றார் போல் குடும்ப சூழலும் அமைந்தது. அப்பாவிற்கு ஒருநாள் உடல் நிலை சரி இல்லாமல் போக அவரை பார்த்து கொள்ள வேண்டும் என்ன செய்வது. கல்லூரிக்கு சென்றால் அங்கு தான் அழகாய் இல்லை என்று அங்கு அனைவரும் கிண்டல் செய்வார்கள் அது அசிங்கம் என எண்ணிக்கொண்டு படிப்பை தொடர மறுத்துவிட்டு அவளின் அப்பாவை பார்த்துக்கொண்டாள். அவளுடன் படித்த பெண்கள் எல்லாம் கல்லூரிக்கு செல்வதை பார்த்து கொண்டே அவளது நாட்கள் கழிந்தன.

அது மாசி மாதம். பொதுவாக கிராமங்களில் திருவிழா நிகழும் மாதம். இப்போது வள்ளியின் ஊரிலும் திருவிழா தொடங்கியது. ஊரில் திருவிழா என்பதால் சொந்த பந்தங்கள் வீட்டிற்கு வந்திருந்தார்கள். வள்ளியின் அத்தை தாய் மாமா என அனைவரும் வந்திருக்க வீடே திருவிழா கோலம் கண்டது. திருவிழா முடிந்த மறுநாள் அனைவரும் ஒன்றாக அமர்ந்து பேசிக்கொண்டு இருக்க வள்ளியின் சித்தி வள்ளியின் அத்தையிடம் உங்கள் மகனிற்கு வள்ளியை திருமணம் செய்து வைத்தால் என்ன என்று கேட்டதற்கு வள்ளியின் அத்தை என் மகனிற்கு இவளை கட்டிவைக்கவா? என் வீட்டிற்கு வரும் என் மருமகள் மிக அழகாகவும் சிவப்பாகவும் இருக்க வேண்டும் இவளை போன்று கருப்பாகவும் அழகில்லாமலும் இருந்தால் என் கெளரவம் என்ன ஆகும் என்றாள். இதை கேட்ட வள்ளிக்கு மிகுந்த வருத்தமும் அழுகையும் கண்ணில் கரை புரண்டது. சொந்த தாய் மாமாவும் அவரது மனைவியும் நம்மை வெறுக்கிறார்கள் என்றால் மற்றவரை என சொல்லுவது என்று அதையே நினைத்து நினைத்து புலம்பிக்கொண்டும் அழுதுகொண்டும் இருந்தால் வள்ளி. அவளின் கோவத்தை காட்ட கடவுள் மட்டுமே உள்ளார். கோவிலுக்கு சென்றால் என்னை ஏன் அழகாய் படைக்க வில்லை. நான் என்ன பாவம் செய்தேன். அழகு இல்லாமல் இருப்பது ஒரு குறையா. என்னால் நிம்மதியாகவும் மகிழ்ச்சியாகவும் வாழ முடியவில்லை. எங்காவது சென்று எதையாவது செய்துகொள்ளலாம் போல் உள்ளது என்று அழுதாள். கடவுள் என்ன கண் திறந்து பதில் கூற போகிறாரா நான் தான் பைத்தியம் போல் வேறு வழி இல்லாமல் புலம்பிக்கொண்டு இருக்கிறேன். மனதில் உள்ள அத்தனையும

புலம்பிவிட்டு சென்றாள். அவளின் மனதில் இருந்த பாரம் அவ்வளவு தான் குறைந்து விட்டது.

விடிந்த பொழுதில் தண்ணீர் எடுக்க ஆற்றங்கரைக்கு சென்ற வள்ளியின் முகத்தில் சூரிய ஒளிபட்டு தண்ணீரின் வெளிச்சம் அவளது முகத்தில் பவளம் போல் மின்னுவதை நீரில் கண்டதும் அவளுக்குளே ஒரு வெக்கம். அம்மாடி இது நான் தானா. இவ்வளவு அழகும் எனக்குள் தான் இருந்ததா என சிரித்தாள். அவளின் அழகை கண்டு இப்படி பட்ட பேரழகையை பிடிக்காமல் இருக்கிறார்கள் என்றாள் இவர்கள் தான் ரசனை அற்றவர்கள். அம்மா அடிக்கடி சொல்லுவது போல் நான் கருப்பழுகி தானோ என்று எண்ணி சிரித்துக்கொண்டே இருந்தாள். கையில் இருக்கும் பானையை தண்ணீரில் காட்டி பானையை எடுத்து இடுப்பில் வைத்து கொண்டு மெல்ல நடைபோட்டாள் வீட்டிற்கு. ஆனாலும் அவளுக்குள் இருந்த ஏக்கம் அவளை மேலும் தான் அழகில்லை இங்கு அனைவரும் அழகை மட்டுமே பார்ப்பவர்கள் தான் என நினைக்கவைத்தது. வள்ளியின் இப்போதைய பொழுது போக்கு ஆற்றங்கரை தான். மாலை வேளையில் வீட்டில் வேலைகளை முடித்துவிட்டு மெதுவாக ஆற்றங்கரைக்கு சென்றாள். அங்கு அமர்ந்துகொண்டு இருக்கும் வேளையில் கிளிகளும் குருவிகளும் பறந்து விளையாடுவதை கண்டாள். தன்னை பற்றி யோசிக்காமல் சுதந்திரமாய் சுற்றிக்கொண்டு இருக்கின்றன. என் நிலைமையோ இப்படி தனியாக புலம்பவேண்டியுள்ளது. ஒரு பக்கம்

இவைகள் அனைத்தும் அழகாய் இருப்பதால் தான் சுதந்திரமா உள்ளதுபோல எனக்கு தான் அந்த குடுப்பணை இல்லாமல் போய்விட்டதே என்ற புலம்பிக்கிகொண்டிருந்தாள்.

அவளுடன் படித்த கதிர் என்பவன் அவ்வேளையில் ஆடு மேய்த்துக்கொண்டு அப்பக்கம் வந்தான். வள்ளி புலம்பிக்கொண்டு இருப்பதை கண்ட கதிர் இது வள்ளிதானே இவள் ஏன் தனியாக பேசிக்கொண்டு இருக்கிறாள் என்று நினைத்து கொண்டு ஆடுகளுக்கு தண்ணீர்காட்டிவிட்டு நேரம் ஆகிவிட்டதால் அவளை கண்டுகொள்ளாது போல் திரும்பினான். மறுநாளும் அதே போல் ஆற்றங்கரைக்கு வந்தவன் அவள் புலம்புவதை பார்த்து அருகில் சென்று ஒரு மரத்தின் பின்னால் ஒளிந்து கொண்டு அவள் புலம்புவதை கேட்டுக்கொண்டு இருந்தான். ஒரு நாள் இவள் அழகை நினைத்து வருத்தப்படுவதை கண்டு அருகில் சென்று வள்ளி நீ ஏன் தினமும் புலம்பிக்கொண்டு இருக்கிறாய் என்று கேட்டதற்கு வள்ளியோ இல்லையே நான் எதுவும் புலம்பவில்லை என கூறி நகர்ந்தாள். உனக்கு ஏதும் கவலை வருத்தம் இருந்தால் என்னிடம் கூறு ஒரு நண்பனாக நான் உனக்கு ஏதாவது உதவி செய்கிறேன் என்று சொல்வதை கேட்டு வள்ளிக்கு யாரோ ஒருவன் தன் மீது அக்கறை கொள்வதை கண்டு திகைத்தாள் ஆனாலும் ஒரு பயம் எப்படி யாரோ ஒருவனை நம்பி தன்னை பற்றியும் தன் மனதில் இருப்பதையும் சொல்வது. ஒரு வேலை இவன் நான் சொல்வதை கேட்டுவிட்டு பின்னர் அவன் நண்பர்களுடன் சேர்ந்து நம்மை பற்றி கிண்டல் செய்தால் என்ன செய்வது என்று சிந்தித்தாள். கதிரை பார்த்து திரும்பிய வள்ளி உன்னை நான் எப்படி நம்புவது. இதற்கு முன்பு உன்னிடம் நான் பேசியது கூட கிடையாது. உடனே கதிர் சொன்னான் நீ புலம்புவதை பார்த்து என்னால் அமைதியாக போக முடியவில்லை. ஏனென்றால் பள்ளி படிக்கும் போது உன்னுடைய பேச்சு திறமை கண்டு நான் பொறாமை பட்டிருக்கிறேன். அதுமட்டும் அல்லாது பள்ளியில் நடக்கும் அனைத்து போட்டிகளிலும் நீ துணிச்சலுடன் கலந்து கொண்டு வெற்றி பெறுவாய் அப்போதெல்லாம் நான் யோசித்து இருக்கிறேன். ஆணாய் பிறந்தும் ஒரு துணிச்சல் இல்லாமல் இப்படி பயந்து கொண்டே இருக்கிறோமே என்று ஆனால் நீயோ இன்று ஒரு கோழை போல் அழுதுகொண்டும் புலம்பிக்கொண்டும் இருப்பதை பார்த்து என்னால் கண்டு கொள்ளாமல் போக முடியவில்லை. அதனால் தான் உன்னிடம்

கேட்கிறேன் ஏன் இப்படி உன்னை நீயே குறைத்து மதிப்பிடுகிறாய். உனக்குள் இருக்கும் திறமைகள் ஆயிரம். அதை புரியாமல் இருக்கிறாய்.

நிறம் என்பது வண்ணங்களை பொறுத்து உள்ளது மனதை பொறுத்து அல்ல. வண்ணங்கள் என்பது பார்ப்போரின் கண்களில் உள்ளது. வள்ளிக்கு அளவில்லா மகிழ்ச்சி. இதுவரை அழகில்லாதவள், அதிஷ்டம் இல்லாதவள், உன்னால் கஷ்டம் மட்டுமே இப்படி வார்த்தைகள் மட்டுமே கேட்ட அவளுக்கு கதிரின் வார்த்தைகள் ஊக்கம் அளித்தது. நீ ஏன் என் மீது இவ்வளவு அக்கறை கொள்கிறாய். உனக்கும் எனக்கும் என்ன சம்பந்தம். நீ ஏன் நான் புலம்புவதை கேட்டு ஆறுதல் கூறுகிறாய் என்று கேட்க கதிரும் பொறுமையாக பதில் அளித்தான். அக்கறை என்பது யார் வேண்டுமானாலும் யார் மீதும் கொள்ளலாம். அதற்கு சொந்தமாகவும் உறவாகவும் மட்டுமே இருக்க வேண்டும் என்றில்லை. நல்ல நண்பனாகவும் தோழியாகவும் கூட இருக்கலாம் என்றான். இதனை கேட்ட வள்ளிக்கு அவன் மீது நட்பு ஏற்பட்டது. வள்ளியும் அவனை நம்பி அவள் மனதில் இருக்கும் குறையை கதிரிடம் கூறுவாள். அவனும் அவளுக்கு ஆறுதலாய் சில வார்த்தைகள் கூறுவான். ஆடுகளை மேய்த்துக்கொண்டே அரசாங்க வேலைக்கும் படிதான். வள்ளியும் அவ்வப்போது கேள்விகள் கேட்பது. அவளுக்கு தெரிந்த விஷயங்களை அவனுடன் பகிர்வது இப்படியே கதிரும் வள்ளியும் நெருங்கிய நண்பர்கள் ஆனார்கள். கதிரின் குடும்பம் கொஞ்சம் வசதி தான். இருந்தும் ஆடுகளை மேய்ப்பது அவனுக்கு பிடித்த வேலை. ஆடுகளை மேய்த்து கொண்டே படிப்பதில் அவனுக்கும் ஒரு மகிழ்ச்சி. படித்து கொண்டு இருக்கும் போது உறக்கம் வந்தால் ஆடுகளை மேய்த்து கொண்டு உறக்கத்தை போக்கி கொள்வான். கதிரும் அரசு வேலைக்கு ஒரு புறம் படித்துகொண்டே அரசாங்க தேர்வுகள் அனைத்தையும் எழுதினான். ஒரு மதிப்பெண் இரண்டு மதிப்பெண் என தோல்விகளை கண்டான். அப்போதெல்லாம் வள்ளி தரும் ஆறுதலும் ஊக்கமும் அவனை மீண்டும் தேர்வு எழுத வைத்தது. இந்த முறை தேர்ச்சி பெற்று விடுவாய் கவலை

கொள்ளாமல் இரு என்று வள்ளி அவனுக்கு ஆறுதல் கூறினாள். அவளின் நல்ல மனதாலும் நல்ல குணத்தாலும் என்னவோ அவள் சொன்ன வார்த்தை பழித்தது.

ஒரு நாள் கதிரின் வீட்டிற்கு கடிதாசி வந்தது. அதில் கதிருக்கு அரசாங்க வேலை கிடைத்த தகவல். செய்தி கேட்டு வள்ளி மகிழ்ச்சி கொண்டாள். மறுநாள் ஆற்றங்கரைக்கு வந்த வள்ளியிடம் தனக்கு வேலை கிடைத்ததையும் நாளைக்கு வேலைக்கு கிளம்புவதாகவும் கூறினான். இதை கேட்ட வள்ளிக்கு திடீரென மனதில் ஏதோ ஒரு பாரம். ஏதோ ஒன்றை இழந்தது போல் கவலை. உள்மனதில் கேள்வி கதிருக்கு வேலை கிடைத்தால் நான் ஏன் கவலை கொள்ள வேண்டும். அவன் எனது நண்பன் தானே அப்பொழுது நான் மகிழ்ச்சி தானே கொள்ளவேண்டும் இப்படி ஒரு பக்கம் நினைக்க மற்றொரு பக்கமோ அவனை பிரிந்து நான் எப்படி இருப்பேன் இனிமேல் என்னுடைய கஷ்டத்தையும் யாரிடம் சொல்வேன். என் முகத்தில் சிரிப்பை எப்படி காண்பேன் என மனதினுள் குழப்பம் கொள்கிறாள். ஒருவேளை கதிர் மீது நான் கொண்டது வெறும் நட்பு மட்டும் இல்லாமல் காதலாக இருக்குமோ என்று நினைத்து கொண்டு இருந்தாள். இதனைக் கண்டு என்ன வள்ளி ஒன்றும் பேசாமல் அமைதியாய் இருக்கிறாய். உனக்கு நான் வெளியூரில் வேளைக்கு செல்வது பிடிக்கவில்லையா? என கதிர் கேட்டதும் ஆமாம் என்று சொல்லிவிட வள்ளியின் உதடுகள் முயல்கின்றது மனமோ இல்லை இது தவறு என்றுரைக்கிறது. வள்ளி உன்னிடம் தான் கேட்கிறேன் ஏதாவது கூறு என்றதும் தன்னிலை உணர்ந்தவள் இல்லை நீ வேளைக்கு செல்வது எனக்கு மிகுந்த மகிழ்ச்சி. பத்திரமா சென்று வா என்றாள். இரவெல்லாம் உறக்கம் இல்லாமல் அவனை பற்றியும் அவன் மீது இருப்பது காதல் தானா என்றும் யோசித்து கொண்டு இருந்தாள். பழகிய சில நாட்களில் அவனை பிரிந்து என்னால் இருக்க முடியவில்லை என்றால் நிச்சயம் இது காதலாக தான் இருக்கும் என்ற முடிவிற்கு வந்தாள். நாளை காலை அவன் கிளம்பும் முன்பு தன் காதலை கூறிவிட வேண்டும் என்று நினைத்தாள். ஆனால் மனதில் ஒரு குழப்பம். தான் அழகாய் இல்லை என்று சொந்த அத்தையே வெறுத்துவிட்டாள். இவனும் அவ்வாறு செய்தால் என் மனம் தாங்காது என்று அவளின் காதலை அவனிடம் மறைத்துவிட்டாள்.

பேருந்தில் ஏறும் முன்பு வள்ளியை பார்க்க வேண்டும் என்று ஆற்றங்கரைக்கு வந்தவன் வள்ளியிடம் நீ எதையும் நினைத்து கவலை கொள்ளாதே. உனக்கு எப்போதெல்லாம் என்னிடம் பேச வேண்டும் என்று தோன்றுகிறதோ அப்போதெல்லாம் எனக்கு கடிதம் எழுது. இதுதான் என் முகவரி என்று தன் கையில் இருந்த முகவரியை அவளிடம் கொடுத்தான். பள்ளி படிக்கும் போது உனக்குள்ளே இருந்த திறமைகள் அனைவருக்கும் தெரியும். நீ உன் திறமைகளை குடும்ப சூழ்நிலைக்காகவும் நீ அழகாய் இல்லை என்றும் உனக்குளே புதைத்து கொண்டு இருக்கிறாய். திறமை என்பது ஒருவரின் அழகை சார்ந்தது அல்ல அவர்களின் அறிவை சார்ந்தது. உன் திறமைகள் உன்னை ஒருநாள் திரும்பி பார்க்க வைக்கும். நான் இல்லை என்று உன் இஷ்டத்திற்கு கவலை கொண்டு உன்னை நீயே தாழ்த்திக்கொள்ளதே. உனக்குள் இருக்கும் திறமைகளை உனக்கு தோன்றும் தலைப்பில் புத்தகங்களாக எழுதி வெளியீடு. உனக்கான மதிப்பும் மரியாதையும் உன்னை தேடி வரும். நான் ஊருக்கு திரும்ப வரும் பொழுது உன்னை ஒரு கோழையாக பார்க்க கூடாது. ஒரு எழுத்தாளராக உனக்கான அடையாளத்தை கொண்டு பார்க்க வேண்டும் சரி எனக்கு இப்போது பேருந்து வரும் நேரம் ஆகிவிட்டது என்று கூறிவிட்டு கிளம்பினான். இதை கேட்ட வள்ளிக்கு தன் மீது ஒருவன் மிகுந்த அக்கறை கொண்டதை நினைத்து அவளை அறியாமல் அவன் மீது மேலும் காதல் கொண்டாள். அன்று முழுவதும் உறக்கம் இல்லாமல் உணவு இல்லாமல் அவனை பற்றியே நினைத்துக்கொண்டு இருந்தாள்.

காலை விடிந்ததும் முதல் வேலையாக கதிருக்கு கடிதம் எழுத வேண்டும் அவன் சரியாக போய் சேர்ந்தானா அங்கு அனைத்து வசதியும் உள்ளதா எப்படி இருக்கிறான் என்று கேட்க வேண்டும் என்று நினைத்துக்கொண்டே உறங்கிவிட்டாள். வேலைக்கு சென்ற கதிருக்கு நினைவுகள் என்னவோ வள்ளியின் மீதுதான். வாரம் ஒருமுறை கடிதத்தில் பேசிக்கொண்டார்கள். நாட்கள் கழிந்தது. ஆனால் வள்ளியின் தங்கையோ அப்படியே வள்ளிக்கு நேர்எதிர்மறை அவள் அழகாகவும் கலையாகவும் இருப்பாள். அவள் பெயர் மேகலை. கல்லூரி படிப்பை படித்து முடிக்கும் முன்பே அவள் அழகை கண்டு வரன்கள் வரிசை கட்டின. எந்த அத்தை தன்னை பற்றி குறை

கூறிவிட்டு சென்றாளோ இன்று அவள் மேகலையை தன் மகனிற்கு பெண் கேட்கிறாள். ஒரு பக்கம் வள்ளிக்கு வருத்தம் இருந்தாலும் அவளின் காதலும் கதிரை பற்றிய எண்ணங்களும் அவளை மாற்றியது. அக்கா இருக்க தங்கைக்கு எப்படி திருமணம் செய்து வைக்க முடியும். முதலில் வள்ளிக்கு மாப்பிள்ளை பார்ப்போம் என்று ஆரம்பித்தனர். பார்க்கும் மாப்பிள்ளைகளை எல்லாம் வள்ளி புறக்கணித்தாள். அவளால் கதிரை தவிர வேறு யாரையும் நினைத்து பார்க்க முடியவில்லை. வீட்டில் அனைவரும் அவளை வசைபாட தொடங்கினர். உனக்கு பின் உன் தங்கை இருக்கிறாள் அவளை பற்றி நினைத்து பார்க்க மாட்டாயா? நீ என்ன அழகாய் இருக்கிறாயா? அவளை போல் படித்து இருக்கிறாயா? உன்னை வைத்துக்கொண்டு தினமும் கஷ்டப்பட எங்களால் முடியாது என்று சொல்வதை கேட்டு செய்வதறியாது இருந்த வள்ளி ஒருநாள் கதிருக்கு கடிதம் எழுதினாள். கதிரும் தான் விரைவில் ஊருக்கு வருகிறேன் கவலை கொள்ளாமல் இருக்கும் படி பதில் அனுப்பினான். அவனது வரவை எதிர் பார்த்துக்கொண்டு இருந்தாள் வள்ளி. அவளுக்கு என்று இருக்கும் ஒரே ஆறுதல் கதிர் கூறிவிட்டு சென்ற வார்த்தைகளும் அவள் எழுதும் புத்தகங்களும் மட்டுமே.

கவிதை, கதை என்று அவள் எழுத எழுத நல்ல வரவேற்ப்பும் பெயரும் கிடைத்தது. படங்களில் இருந்து பாடல்கள் எழுதி தரும் படி வாய்ப்புகள் வர தொடங்கின. சொற்பொழிவு ஆற்றும்படி நீ நான் என்று படை எடுக்க ஆரம்பித்தனர். எண்ணற்ற சொற்பொழிவுகளில் பங்குகொண்டு பெருமை வாகை சூடினாள். அத்தனையும் கதிரவனை மட்டுமே சாறும். சில புத்தகங்கள் பரிசுகளும் விருதுகளும் வாங்கின. இதனை கடிதத்தில் எழுதினால் வள்ளி. கடிதம் பார்த்து கதிருக்கு மிகுந்த மகிழ்ச்சி. மேலும் சாதிக்க வாழ்த்துக்கள் என்று கடிதம் எழுதினான். வள்ளியும் தன் மனக் கவலைகளை கொட்டித்தீர்க்கும் இடமாக நூலகத்தை மாற்றினாள். வீட்டிற்கு சென்றால் திருமணம் செய்துகொள்ளும்படி தொல்லை செய்வார்கள் என்று நினைத்து நூலகத்திலேயே பொழுதுகளை கழித்தாள்.

திடீர் என்று ஒரு நாள் வள்ளி கதிருக்கு எழுதிய கடிதம் ஒன்று வள்ளியின் தங்கையின் கையில் சிக்கி கொண்டது. வீட்டில் இருக்கும் அனைவரிடமும் கூறிவிட்டாள் மேகலை. நூலகத்தில் இருந்து திரும்பி வந்த வள்ளியிடம் வள்ளியின் அம்மா கதிர் என்பவன் யார்? அவனிற்கு உனக்கும் என சம்பந்தம் என்று கேட்க வியப்புற்றுப்போனாள். நீங்கள் என்ன கூறுகிறீர்கள் எனக்கு புரியவில்லை என்றாள் வள்ளி. பின்னர் கடிதத்தை காட்டி இப்போது புரிகிறதா என்றாள் வள்ளியின் அம்மா என்ன செய்வது எப்படி சொல்வது என்று தெரியாமல் முழித்தாள். கதிர் தனக்கு நல்ல நண்பன் என்று கூறினால் இவர்கள் நம்ப மாட்டார்கள். இதனால் தான் திருமணத்திற்கு ஒத்துக்கொள்ளாமல் இருப்பதாக நினைப்பார்கள் என்ன சொல்லுவது என்று யோசித்தாள். எது நடந்தாலும் சரி கதிர் வரும்வரை காத்திருக்க வேண்டும். அவன் வந்ததும் அவனிடம் தன் காதலை கூறி அவன் மனதில் என்ன இருக்கிறது என்று தெரியும் வரை நாம் காதலிப்பதை வீட்டில் சொல்ல கூடாது என்று முடிவெடுத்தாள். வள்ளியின் அம்மா கேட்டதற்கு அமைதியாகவே இருந்துவிட்டாள். வள்ளியின் அப்பா அவளை அடித்து காயப்படுத்திவிட்டார். ஆனாலும் அவள் ஏதும் கூறாமல் ஊமையாக மட்டுமே இருந்து சாதித்து விட்டாள். மறுநாள் வானம் சிவக்க வள்ளியின் கண்களும் சிவந்து இருந்தது இரவெல்லாம் உறங்காமல் அழுதுகொண்டு இருந்தாள்.

காகம் கரைய தொடங்கியது வீட்டில் மாப்பிள்ளை பார்ப்பதில் ஆர்வம் காட்ட தொடங்கினார்கள். செய்வது அறியாது கதிருக்கு கடிதம் எழுதினாள் தான் படும் பாட்டை. தனக்கு என்று இருக்கும் ஒரே ஆறுதல் நீதான் உன்னை நான் பார்க்க வேண்டும் எப்போது வருவாய் என்று கேட்டு கடிதம் எழுதினாள். வள்ளியின் கஷ்டத்தை பார்த்து அவனது வேளையில் கவனம் செலுத்த முடியவில்லை. அவன் மனதில் அவளை பற்றிய எண்ணங்கள் மட்டுமே ஓடிக்கொண்டு இருந்தது. வள்ளியின் தங்கை வள்ளியிடம் சென்று

அக்கா நீ யாரையாவது காதலிக்கிறாயா அப்படி காதலித்தால் என்னிடம் கூறிவிடு. என்னால் முடிந்த உதவியை செய்கிறேன் என்றாள்.

வள்ளியும் நடந்த அனைத்தையும் அவளிடம் கூறினாள். கதிரின் பதிலுக்காக காத்திருக்கிறேன். அவரும் என்னை காதலிப்பார் அவருக்கும் என்னை பிடிக்கும் என்ற நம்பிக்கை எனக்குள்ளது என்றாள். இவளின் காதல் கதை கேட்டு வள்ளியின் தங்கை நீ சொல்லுவது எல்லாம் சரி அக்கா ஆனால் அவரது குடும்பத்தை பற்றி நினைத்தாயா? அவர்கள் வசதியாக வாழ்பவர்கள். நாமோ அன்றாடம் வேலை செய்து வாழ்ந்துகொண்டு இருக்கிறோம். அவர்களிடம் ஆடு மாடு வயல் மற்றும் சொந்த வீடு என அனைத்தும் உள்ளது. அதுமட்டும் அல்ல அவர்கள் வேறு சமூகத்தை சார்ந்தவர்கள். நம் வீட்டில் சம்மதித்தால் மட்டும் போதுமா. அவர்கள் வீட்டில் சம்மதிப்பார்கள் என்று நினைக்கிறாயா? அரசாங்க வேலை பார்க்கும் அவர்தான் பன்னிரெண்டாம் வகுப்பு படித்த உன்னை திருமணம் செய்ய சம்மதிப்பாரா? இல்லை நீங்கள் இருவரும் பெற்றோரின் சம்மதம் இல்லாமல் வாழ தைரியம் இருக்கிறதா? இவள் ஒவ்வொன்றாய் கேட்க கேட்க வள்ளியின் மனதில் இடிபோல் விழுகிறது இவளின் கேள்விகள். இதை பற்றி இதுவரை நான் நினைத்தது இல்லை மேகலை. அவரை மட்டுமே நான் கண்மூடித்தனமாக நம்பிக்கொண்டு இருக்கிறேன் என்றாள். உன் தங்கையாக இல்லாமல் ஒரு தோழியாக கூறுகிறேன் அவரை மறந்து விட்டு வீட்டில் சொல்வதை கேள் என்றாள் மேகலை. இந்த வார்த்தை கேட்டதும் மேகலையை பார்த்து அவரை மறப்பது என்பது அவ்வளவு சுலபம் கிடையாது. இன்று நான் வாழ்கிறேன் என்றால் அது அவரால் மட்டுமே. அவர் மட்டும் என் வாழ்வில் வராமல் போய் இருந்தால் எனக்குள் இருந்த தாழ்வு மனப்பான்மை என்றோ என்னை கொன்று புதைந்திருக்கும். இதை கேட்ட மேகலைக்கு என்ன சொல்வது என்று தெரியவில்லை. நீ படும் அசிங்கம் அவமானங்களை ஒரு தங்கையாக பார்க்க முடியவில்லை அதனால் தான் கூறினேன் உன் வாழ்க்கை எனக்கு தோன்றியதை கூறிவிட்டேன் அதற்கு மேல் நீயே பார்த்துக்கொள் என்று கூறிவிட்டு அறையின் கதவை மூடிவிட்டு கிளம்பினாள்.

மேகலை சொன்னதை நினைத்து பார்த்து பாதி பைத்தியம் ஆகிவிட்டால் வள்ளி. அவளுக்கு கதிரை அவ்வளவு பிடிக்கும் அவன் இல்லாத வாழ்வை அவளால் நினைத்து கூட பார்க்க முடியவில்லை.

ஒரு வேளை மேகலை சொல்வது போல் கதிரவனும் என்னுடைய சமூகத்தையும் செல்வாக்கையும் பார்த்து வேண்டாம் என்று

சொல்லிவிடுவாரோ? அப்படி நினைத்து இருந்தாள் என்னிடம் அவர் நட்பு கொண்டிருக்க மாட்டார் அல்லவா. ஆனால் அப்போது அவருக்கு அரசாங்க வேலை இல்லை இப்போதோ அவர் ஒரு அரசாங்க அதிகாரி தன்னை எப்படி ஏற்று கொள்வார். சரி வீட்டில் சொல்லும் மாப்பிள்ளைக்கு சம்மதம் சொல்லி பின்னர் கதிர் தன் காதலை ஏற்று கொண்டால் என்ன செய்வது. என்னால் வேறு ஒருவருடன் வாழத்தான் முடியுமா? அவ்வாறு வாழ்ந்தால் என் மனம் தான் சம்மதிக்குமா? இன்று நான் இவ்வளவு தூரம் என் வாழ்க்கையை வாழ்ந்து கொண்டு இருக்கிறேன் என்றால் அதற்கு அவர்தானே காரணம். ஒருவேளை அவர் மனதிற்குள்ளும் நான் இருந்து நான் வேறு ஒருவரை திருமணம் செய்தால் அது அவருக்கு நான் செய்யும் துரோகம். இப்படியே யோசித்து கொண்டு இருந்தாள் வள்ளி. எதுவாக இருந்தாலும் சரி கதிர் வரும் வரை காத்திருப்போம். கதிர் வந்ததும் அவரிடம் என் காதலை கூறி விட்டு அவர் மனதில் என்ன இருக்கிறது என்று தெரிந்து கொண்டு பின்னர் முடிவு செய்வோம். இந்த வாழ்க்கை அவரால் உருவானது. ஒருவேளை அவருக்கும் என்னை பிடிக்காமல் போனால் அவருக்காக இருக்கும் இந்த உயிர் அவருக்காகவே இழக்க நான் தயாராக உள்ளேன் என புலம்பிக்கொண்டே கதிரை நினைத்து கொண்டே தூங்கிவிட்டாள். வாரங்கள் கடந்தன.

வள்ளியை தேடிக்கொண்டு தபால்காரர் நூலகத்தை நோக்கி செல்கிறார். எதிரே வந்த வள்ளியை பார்த்து வள்ளி உன்னை தான் பார்க்க வந்தேன் உனக்கு கடிதம் வந்துள்ளது இந்தா என கொடுத்துவிட்டு சென்றார். கடிதத்தை ஆவலோடு பிரித்து பார்த்தவளுக்கு இணை இல்லா சந்தோசம். நாளைக்கு தான் வருகிறேன் ஊருக்கு என்று கதிர் எழுதிய வார்த்தைகள் தான் அவளின் மகிழ்ச்சிக்கு காரணம். அத்துணை பரிசுகளும் பதக்கங்களும் புகழும் தராத ஒன்றை கதிரின் ஒற்றை வார்த்தை தந்தது. அவனை பற்றி நினைத்து கொண்டுதான் அவளது இரவுகள் நகல்கின்றன. இன்று சொல்லவா வேண்டும். அவனை பார்க்கும் சந்தோசத்தில் அவளுக்கு உறக்கம் என்பதே இல்லாமல் போனது. விடியும்

பொழுதை விழித்திருந்தே வரவேற்றாள். அந்த இரவு என்னவோ அவளுக்கு ஒரு யுகமாய் தெரிந்தது.

விடிந்தவுன் குளித்துவிட்டு தலையில் பூ அதிகமா வைத்து கொண்டு பேருந்து வரும் முன்பே இவள் சென்று காத்துகொண்டு இருந்தாள். பேருந்தும் வந்தது கதிரும் பேருந்தில் இருந்து இறங்கினான். அவளை கண்டதும் அவனுக்கு ஏதோ ஒரு இன்பம். எப்படி இருக்குற வள்ளி என்றதும் வெக்கத்தில் சிரித்துக்கொண்டே எனக்கு என்ன நான் நன்றாக இருக்கிறேன் என்றாள். இருவரும் பேசிக்கொண்டே ஊருக்குள் சென்றார்கள். சரி நான் வீட்டிற்கு சென்று குளித்து முடித்து சாப்பிட்டு விட்டு மாலை நேரம் ஆற்றங்கரைக்கு வருகிறேன் நீயும் வந்துவிடு என்றான். அவனை பார்த்த கண்கள் இமைக்க மறந்தன. சிறு புன்னகையுடன் சரி நான் காத்திருக்கிறேன் மாலை சந்திப்போம் என்றாள். கதிர் அவன் வீட்டிற்கு செல்ல வள்ளி மீண்டும் நூலகம் சென்றாள்.

நீண்ட நாட்கள் கழித்து அவனை கண்டவள் எழுதிய கவிதை:

"அத்துணை சுமைகளையும் தாங்கி கொண்டு

வாழ்கிறேன் என்னை உன்னில் கண்டு.......

உன் ஒற்றை வார்த்தைக்காக காத்திருக்கிறேன்

தேன் தேடும் வண்டை போல".......

கவிதை வெள்ளத்தில் இவள் இருக்க மாலை பொழுது வந்தது கூட தெரியாமல் அவனை பற்றியே நினைத்துக்கொண்டு இருந்தாள். கதிர் வள்ளியின் வீட்டிற்கு சென்று நான் தான் கதிர் வள்ளியின் தோழன். நீங்கள் எங்களை தவறாக நினைக்க வேண்டாம் வள்ளி மிகவும் நல்ல பெண் என்று கூறினால் அவள் மீது அவள் வீட்டில் இருப்பவர்களுக்கு

இருக்கும் சந்தேகம் தீர்ந்துவிடும் என்று நினைத்துக்கொண்டு வள்ளியின் வீட்டிற்கு சென்றான்.

அங்கு வள்ளியின் அம்மாவும் அப்பாவும் பேசிக்கொண்டு இருப்பதை கேட்ட கதிருக்கு ஒரு அதிர்ச்சி. வள்ளியின் அப்பா பேசிக்கொண்டு இருக்கிறார். வள்ளிக்கு மாப்பிள்ளை பார்ப்பது கஷ்டமாக உள்ளது. மேகலைக்கு நல்ல வரன்கள் எல்லாம் தள்ளி போகிறது. பேசாமல் மேகலைக்கு திருமணம் முடித்துவிட்டு இரண்டாவது திருமணத்திற்கு என்று எவனாவது வந்தால் வள்ளியை திருமணம் செய்து வைப்போம். வள்ளியும் அழகாய் இல்லை. படிப்பும் கம்மிதான் என்றவுடன் வள்ளியின் அம்மாவும் சரி நீங்கள் என்ன நெனைக்கிறீர்களோ அதை செய்யுங்கள். வள்ளியும் பார்க்கும் மாப்பிளைகளை வேண்டாம் வேண்டாம் என்கிறாள். இவளை நினைத்து கொண்டே மேகலையின் வாழ்க்கை போய்விடும் போல் இருக்கிறது. இவர்கள் பேசுவதை கேட்ட கதிருக்கு கோவம் ஒருபுறம் இருக்க. இப்படித்தானே அவளும் வார்த்தைகளை கேட்டிருப்பாள். எவனோ ஒருவன் எனக்கே இவ்வளவு கோபமும் ஆதங்கமும் வருகிறது என்றால் வள்ளி பாவம் தான். ஒரு பெண்ணாக இத்துணை கஷ்டங்களையும் வார்த்தைகளையும் தாங்கிக்கொண்டு நான் கூறிய ஒற்றை வார்த்தையை கேட்டு இன்று சாதனையும் பெயரும் புகழும் அடைந்து இருக்கிறாள் என்றால் அவள் எனக்காக எதையும் செய்வாள் என எண்ணிக்கொண்டு அவளை தேடுகிறான். ஆற்றங்கரைக்கு வர சொன்னவள் இன்னும் வரவில்லை என்று காத்திருந்தவன் கடைசியாக நூலகம் சென்று பார்ப்போம் என்று சென்றான் அங்கு அவள் எதையோ கிறுக்கி கொண்டு இருந்தாள்.

என்றும் இல்லாமல் இன்று அவள் பேரழகாய் தெரிந்தாள். இவள் உண்மையிலே அழகிதான். அவளின் பார்வை இவன்மீது பட கண்டுகொள்ளாதவன் போல் நடந்தான். கதிரை பார்த்த வள்ளி கதிர் நான் இங்கு இருக்கிறேன் என்றாள். திரும்பியவன் நீ இங்குதான் இருக்கிறாயா உன்னை நான் எங்குயெல்லாம் தேடுவது உன்னை சாயங்காலம் ஆற்றங்கரைக்கு வா என்றேன். நீ என்னை மறந்து ஏதோ ஒன்றை எழுதி கொண்டு இருக்கிறாய் இங்கு கொடு. என்ன

எழுதுகிறாய் என்று பாப்போம் என அவள் எழுதி கொண்டு இருந்த கவிதையை பிடுங்கினான். இது தான் தனக்கான நேரம் என்று

வள்ளியும் கவிதை காகிதத்தை கொடுத்து விட்டாள். அவள் எழுதிய கவிதையை கண்டதும் இது யாருக்காக எழுதினாய். அருமையாக

உள்ளது என்றதும் உனக்காக தான் எழுதினேன். இந்த கள்ளி இத்தனை நாளாய் காத்திருந்தது இந்த கள்வனை காணவே. ஒன்றும் புரியாமல் வள்ளியை பார்த்தவன் அவளது கண்களில் கவிழ்ந்து விட்டான். அவளின் துயர் கண்டு காதலுற்றவன் இப்போதோ அவள் கண்களால் கவரப்பட்டான். மனதால் ஒன்றிணைந்த இருவரும் திருமணம் என்னும் தருவாயில் உள்ளனர். கதிர் வள்ளியிடம் இத்தனை நாட்களாய் ஏன் என்னிடம் சொல்லாமல் மறைத்தாய். எத்தனை கடிதங்கள் எழுதினாய் அதில் கூட உனக்கு சொல்ல தோணவில்லையா? என்றதும் நீங்கள் வேளைக்கு செல்லும் முன்பே எனக்கு காதல் இருந்தது ஆனால் எங்கு நான் காதலை சொன்னால் நீங்கள் என் அழகை பார்த்தும் நிறத்தை பார்த்தும் வேண்டாம் என்று கூறிவிடுவீர்களோ என்ற பயத்தில் தான் நான் என் காதலை எனக்குள்ளே வைத்து கொண்டேன். அது மட்டுமில்லாமல் நீங்களும் நானும் வேறு சமூகத்தை சார்ந்தவர்கள். உங்கள் வீட்டில் எப்படி ஏற்றுக்கொள்வார்கள். நீங்கள் நன்கு படித்து அரசாங்க வேளையில் உள்ளீர்கள் நானோ பனிரெண்டாம் வகுப்பு மட்டுமே படித்துள்ளேன். இவை அனைத்தையும் நினைத்து தான் என் காதலை உங்களிடம் கூறவில்லை என்றாள். சரி இப்போது கூற எப்படி மனம் வந்தது இப்போது உனக்கு அந்த சமூகமும் அழகும் படிப்பும் தெரியவில்லையா? இங்கே பார் எனக்கும் உன்னை பிடித்து இருந்தது ஆனால் எங்கு உன்னிடம் கூறினால் நீ அதை பற்றியே நினைத்துக்கொண்டு உன்னை பற்றி யோசிக்காமல் இருந்துவிடுவாயோ என்று தான் உன்னிடம் மறைத்தேன் என்றான் கதிர். இருவரும் ஒருவருக்கு ஒருவர் பேசிக்கொண்டார்கள்.

பின்னர் சரி இதை தள்ளிபோட்டுக்கொண்டே போகவேண்டாம். இருவரும் வீட்டில் சொல்லி சம்மதம் வாங்கி திருமணம் செய்துகொள்வோம் என முடிவு செய்தார்கள். வள்ளியின் வீட்டிற்கு

முதலில் சென்றார்கள். வள்ளியின் வீட்டில் ஏற்கனவே அவளை யாராவது கட்டிவைத்தால் போதும் என்று தான் இருக்கிறார்கள். ஆனால் சமூகம் வேறு என்பதால் வள்ளியின் அம்மாவும் அப்பாவும் கதிரிடம் எங்களுக்கு சம்மதம் தான். ஆனால் உங்கள் வீட்டில்

ஒத்துகொல்வர்களா? பின்னர் திருமணம் செய்துகொண்டு சண்டைகளும் பிரச்சனைகளும் வர கூடாது

என்றார்கள். அதை நான் பார்த்துக்கொள்கிறேன். திருமணம் முடிந்து நாங்கள் இருவரும் இங்கு இருக்க மாட்டோம். எனக்கு வெளியூரில் வேலை என்பதால் வெள்ளியையும் என்னோடு அழைத்துதான் செல்வேன் என்றான். ஒரு வழியாக முதல் சம்மதமாக வள்ளி வீட்டில் வாங்கிவிட்டோம். இனி நம் வீட்டில் எப்படி வாங்குவது அவர்களை எப்படி சமாளிப்பது என்று முழித்தான். இருந்தும் வள்ளியை போலவே அவளது காதலும் அவனை ஊக்கப்படுத்தியது. துணிவோடு நகர்ந்தான்.

கதிரின் குடும்பம் கூட்டுக்குடும்பம். அனைவரும் ஒரே வீட்டில் வசிக்கிறார்கள். ஒருவரை கேட்காமல் ஒருவர் முடிவு எடுப்பதில்லை. முதலில் யாரிடம் கூற வேண்டும் என்பதில் சிக்கல். சரி முதலில் தாத்தா பாட்டியிடம் கூறுவோம் என்று அவர்களின் அறை நோக்கி சென்றான். வாடா கதிர் என்ன ஊரெல்லாம் சுத்தி பாத்தியா. உன் நண்பர்கள் பார்தியா என பாட்டி கேட்க ம்ம் பாட்டி பாத்தேன். பாட்டி நான் உங்களிடமும் தாத்தாவிடமும் ஒன்று பேச வேண்டும். சொல்லுடா கதிர் நீ எங்கள் செல்ல பிள்ளை. உனக்கு எதுவும் வேண்டுமா இல்லை வேற ஏதாவது சொல்ல வேண்டுமா என கேட்க. பாட்டி நான் ஒரு பெண்ணை காதலிக்கிறேன். வீட்டில் எல்லாரிடமும் சொல்ல எனக்கு பயமாகவும் தயக்கமாகவும் உள்ளது. நீங்கள் இருவரும் தான் எனக்கு உதவி செய்ய வேண்டும் என்றான் கதிர். பாருடா உனக்குள்ளும் காதலா. யாருடா இந்த வீட்டின் இளவரசி சொல் நாங்கள் இருக்கிறோம் என தாத்தா சொன்னதும் உடனே அது வேரு யாரும் அல்ல. நமது ஊரில் வள்ளி என்று இருக்கிறாளே அவள் தான் என்றதும் கதிரின் பாட்டியும் தாத்தாவும் உனக்கு என்ன அறிவு இல்லாமல் போய்விட்டதா. உன் அழகிற்கும் நீ பார்க்கும் வேலைக்கும் இவள் தகுதி பெருவாளா. கொஞ்சம் கூட உனக்கு யோசனை இல்லாமல் போய் விட்டதா. நல்லவேலை எங்களிடம் கூறினாய். இதுவே உன் அம்மா மற்றும்

அப்பாவிடம் கூறி இருந்தால் அவ்வளவு தான். உன்னை நானும் உன் பாட்டியும் புத்திசாலி என்று நினைத்தோம் ஆனால் நீயோ முட்டாளாய் இருக்கிறாய். அவர்கள் சமூகத்தை பார்த்தாயா. அதும்

இல்லாமல் அவள் அழகில்லை என்பதால் தான் யாரும் அவளை திருமணம் செய்துகொள்ள வில்லை. நீ அவளை காதலிக்கிறாய் என்று எங்களிடமே கூறுகிறாய். அவள்

படிப்பிற்கும் உன் படிப்பிற்கும் ஏணி வைத்தால் கூட எட்டாது. செல்லப்பேரன் என்று அதிகம் செல்லம் கொடுத்தது தப்பாக போய்விட்டதே. அவளை மறந்து விட்டு வேளைக்கு செல். அடுத்த முறை வருவதற்குள் உனக்கு நல்ல பெண்ணாக நாங்கள் பார்த்து வைக்கிறோம். தாத்தா சொல்வதை கேட்டு நான் சொல்வதை கேட்டு எனக்கு பிடித்தது செய்யும் இவர்களே இப்படி சொன்னால் நான் என்ன செய்வது எப்படி சமாளிப்பது என்று அமைதியாக அறையை விட்டு வெளியே வந்தான். சரி இதற்கு மேல் யோசித்தால் தயங்கினாள் வேலைக்கு ஆகாது. வீட்டில் நடுவே நின்று அனைவரையும் கூப்பிட்டு பொதுவாக சொல்லிவிடுவோம். யாரவது ஒருத்தர் சம்மதித்தால் கூட போதும் அவர்களை வைத்தே மற்றவர்களை சமாளித்து விடலாம். எல்லாரும் எங்கு இருக்கிறீர்கள். இங்கு வாருங்கள் உங்களிடம் நான் பேச வேண்டும் என்று கூச்சலிடுவதை கேட்டு அனைவரும் ஒன்று கூடினர். கதிரின் அம்மா டேய் இப்போ உனக்கு என்ன பிரச்சனை ஏன் இப்போ இப்படி எல்லாரையும் அழைத்து கொண்டு இருக்கிறாய். பேசாமல் போய் வேலையை பார் என்றாள். அம்மா இருங்கள் நான் அனைவரிடமும் ஒன்று சொல்ல வேண்டும் என்று தொடங்கினான். நானும் வள்ளியும் காதலிக்கிறோம் அவர்கள் வீட்டில் சம்மதம் கிடைத்து விட்டது. உங்கள் அனைவரின் சம்மதமும் எனக்கு வேண்டும். கதிரின் அம்மாவிற்கும் அப்பாவிற்கும் அளவில்லா கோபம். என்னடா சொல்லுற உனக்கு என்ன புத்தி மழுங்கி விட்டதா. அவள் ஒரு எழுத்தாளரா இருந்த அவள் எழுதும் புத்தகத்தை மட்டுமே ரசிக்க வேண்டும். நீயோ அவளையும் சேர்த்து ரசித்திருக்கிறாய். இதற்காக தான் உன்னை இவ்வளவு தூரம் படிக்கச் வைத்து அரசாங்க வேளைக்கு அனுப்பி வைத்தோமா. நீ செய்த காரியத்திற்கு இனி நம் குடும்பத்தில் யாரும் நம்மை மதிக்க மாட்டார்கள். வெளியே சென்றால் கூட தலை காட்ட முடியாது. முதலில் உனக்கு எப்படி இவ்வளவு துணிச்சல் எங்கிருந்து வந்தது. ஒழுங்காக வேளைக்கு

சென்று உன் வாழ்க்கை தரத்தை உயர்த்த முயற்சி செய் இல்லை என்றால் நாங்கள் பெண் பார்த்து திருமணம் செய்து வைக்கிறோம். நீ இங்கேயே இரு. வேலையை ராஜினாமா செய்துவிடு. உன்னை சொல்லி குற்றம் இல்லை. தன் அழகிற்கும் வசதிக்கும் வேறு எவனும் கிடைக்க மாட்டான் எனவே வசதியான ஆண்ணை பார்த்து வளைத்து போட்டு விடலாம் என்று நினைத்துவிட்டாள் போல. கதிரின் அம்மா

பேசுவதை கேட்டு கதிருக்கு கோவம் அதிகமானது. அம்மா அவள் ஒன்றும் அப்படி பட்ட பெண் இல்லை. வாழ்க்கையில் கஷ்டத்தை மட்டுமே பார்த்து இன்று சொந்த காலில் நிற்கும் துணிச்சல் நிறைந்தவள். எவளோ ஒருத்தியாக எங்களை எதிர்த்து பேசுகிறாயா என்று கதிரின் அப்பா கதிரை ஓங்கி அறைந்தார். ஒரே மகன் என்று கை நீட்டாமல் இருந்தால் நீ எங்களை எதிர்த்து பேசுகிறாய். இன்று நீ இப்படி நிட்க்கிறாய் என்றால் அதற்கு யார் கரணம் என்று கொஞ்சம் யோசித்து பாரு. ஒழுங்காக அவளை மறந்துவிட்டு வேளைக்கு செல் இல்லை என்றால் உன்னால் எங்களுக்கு கிடைத்த அவமானத்திற்கு நாங்கள் செத்து விடுகிறோம். எங்களுக்கு காரியம் செய்துவிட்டு அவளை கல்யாணம் செய்துகொள். கதிரின் அப்பா சொன்னதை கேட்டு கண்களில் கண்ணீர் பொங்க அப்பா இப்படி பேசாதீர்கள். எனக்கு நீங்களும் நமது குடும்பழும் தான் முதலில். ஆனால் அவளை என்னால் மறக்க முடியாது. அவள் இல்லாத வாழ்வை நினைத்து கூட பார்க்க முடியாது. இப்போது அத்தை மாமா சித்தி சித்தப்பா தாத்தா பாட்டி என வரிசையாக ஒன்று கூடினர். இவ்வளவு தூரம் நாங்கள் சொல்கிறோம் இப்பொது வந்த எவளோ ஒருத்திக்காக உன்னுடைய மொத்த குடும்பத்தை இழக்க போகிறாயா என்று கேட்டதும்.

நான் உங்களையும் இழக்க மாட்டேன் அவளையும் இழக்க மாட்டேன். நீங்களே என்னிடம் வந்து அவளை திருமணம் செய்துகொள் என்று கூறுவீர்கள் என கூறிவிட்டு வெளியே கிளம்பினான். மொத்த குடும்பமும் ஏற்பதை கண்டு என்ன செய்வது வள்ளியின் வீட்டில் என்ன சொல்வது என்று குழம்பிக்கொண்டே வள்ளியின் வீட்டிற்கு சென்றான். எனக்கு சிறிது அவகாசம்

தாருங்கள். எனக்கு ஒரு முக்கியமான வேலை உள்ளது. ஒரு ஆறு மாதத்திற்குள் அதனை முடித்துவிட்டு வள்ளியை திருமணம் செய்து கொள்கிறேன் என்றான். அவர்களும் சரி என்றார்கள். மறுநாள் சொல்லாமல் கொள்ளாமல் வேளைக்கு சென்று விட்டான்.

அவனை காணாமல் ஊர் முழுவதும் தேடி அவனது நண்பர்களிடம் விசாரித்தாள். அவர்கள் எங்களுக்கு தெரியாது அவன் எங்களை விட உன்னிடம் அதிக நேரம் பேசுவான். அனைத்தையும் உன்னிடம் தான்

கூறுவான் என்றார்கள். செய்வதறியாது திகைத்தவள் நேராக கதிரின் வீட்டிற்கு சென்று அவர்களிடம் கேட்போம். ஒரு வேலை அவனிற்கு உடம்பு சரி இல்லாமல் இருந்தாலும் இருக்கலாம். நேராக கதிரின் வீட்டிற்கு சென்றவள் அவனின் சித்தியிடம் அம்மா கதிர் இருக்கிறாரா என வள்ளி கேட்டதும் உனக்கு தெரியாமல் அவன் தான் எதையும் செய்வது கிடையாதே வள்ளி. இப்போது நீயே எங்களிடம் கேட்டால் நங்கள் என்ன சொல்வது என்று ஏளனமாக பேசினார். தலை குனிந்தபடியே இல்லை அவரை நான் பார்த்து இரண்டு நாள் ஆகிவிட்டது. அதனால் தான் என்று இழுத்தாள். குடும்பம் ஒன்று கூடியது. அவன் இனி உன்னை பார்க்க கூடாது என்று வேளைக்கு சென்று விட்டான் இனி நீ அவனை மறந்துவிட்டு உன் வேலையை பார் என்றாள் கதிரின் அம்மா. ஒன்றும் புரியாது முழித்தவள் அழத் தொடங்கினாள். அவன் உன்னிடம் சொல்லாமல் சென்றிருக்கிறான் என்றால் என்ன அர்த்தம் உன்னை அவனுக்கு பிடிக்க வில்லை என்று தானே அர்த்தம். வசதியான பையனை வளைத்து போட நினைத்தாய் அல்லவா அதான் அந்த கடவுளே உன்னிடம் இருந்து கதிரை காப்பாற்றி உள்ளார் என்றார்கள். அழுதுகொண்டே பேசாமல் அவர்கள் வீட்டை விட்டு ஓடினாள். ஆற்றங்கரைக்கு சென்று அழுதாள். கதறினாள். ஒருவேளை இவர்கள் சொல்வது போல் என்னை வேண்டாம் என்று தான் சென்று இருப்பாரோ அப்படியானால் ஏன் வீட்டிற்கு வந்து அவகாசம் கேட்க வேண்டும். இப்போது நான் என்ன செய்வேன். சொல்லாமல் செல்லும் அளவிற்கு நான் என்ன செய்தேன் அவருக்கு. கடவுளே நான் ஆசைப்பட்டது தவறா. எனக்கு ஆசைகள் இருக்க கூடாதா. ஏன் எனக்கு மட்டும் இப்படி நடக்கிறது என்று கத்தி அழுதாள். கண்ணீரை துடைத்துக்கொண்டு சரி என்னதான் நடந்தது என்று அவருக்கு கடிதம் எழுதலாம் என்று முடிவு செய்தாள். கடிதங்கள் பல கடந்தன.

ஒரு பதில் கூட வரவில்லை. அவன் வருவான் என்ற நம்பிக்கை இருந்தது.

ஆறு மாதம் என்று சொல்லிவிட்டு சென்றவன் வருடங்கள் ஆகியும் வரவில்லை. இருக்கிறானா இல்லையா வேறு திருமணம் ஏதும் செய்துவிட்டான் என்று நினைத்து அழைத்துக்கொண்டு இருந்தாள். வள்ளியின் வீட்டில் இதற்கு மேல் காத்திருந்து பயனில்லை. மாப்பிள்ளை பார்க்கிறோம் திருமணம் செய்துகொள் என்று கட்டாய

படுத்த தொடங்கினார்கள். சில சமயம் அவர்களின் ஏக்கத்தையும் கூறினார்கள். உனக்காக தான் வள்ளி நாங்கள் இவ்வளவு நாள் காத்திருந்தோம். உனக்கு பின் உன் தங்கை இருக்கிறாள் அவளை நினைத்து பார்த்தாயா. இன்னும் எத்தனை நாள் தான் அவன் வருவான் என்று நினைத்துக்கொண்டு உன் வாழ்க்கையை முடித்துக்கொள்ள போகிறாய். யோசித்து பார் எனக்கும் உன் அப்பாவிற்கும் வயதாகிவிட்டது. முன்பு போல் எங்களால் நடக்கவோ உழைக்கவோ முடியவில்லை. இவர்களின் அழுகுரல் அவளின் மனதை மாற்றவில்லை. அம்மா கதிர் வருவார் என்ற நம்பிக்கை எனக்கு உள்ளது. நீங்கள் மேகலைக்கு திருமணம் செய்து வையுங்கள். நான் கதிரை நம்பி காத்திருக்கிறேன் என்றாள். சரி என்று அவர்களும் மேகலைக்கு வரன் பார்த்து திருமணம் செய்துவைத்தார்கள். நாட்களும் கடந்தன ஊரில் அனைவரும் வள்ளியை தவறாக பேச ஆரம்பித்தனர். மறுபடியும் ஒருதடவை அவளிடம் பேசி பார்க்கலாம் என்று வள்ளியின் அம்மாவும் அப்பாவும் முடிவு செய்தார்கள். ஆனால் அவள் என்ன நடந்தாலும் அவர் வருவார் என்ற நம்பிக்கையில் இருந்தாள்.

ஒரு நாள் இரவு பொழுது கதிரின் வீட்டில் இருந்து அவனின் அப்பாவும் மாமாவும் வந்திருந்தார்கள். ஏன் நீங்கள் வந்துள்ளீர்கள் வள்ளியின் அப்பா கேட்க தவறாக நினைக்க வேண்டாம். வள்ளியை எங்களோடு அனுப்ப முடியுமா என்றார்கள். சத்தம் கேட்டு அவளின் அறையை விட்டு வெளியே வந்தவள் என்ன அம்மா இவர்கள் வந்துள்ளார்கள் என்ன விஷயம் என்று கேட்டாள். உன்னை அவர்களோடு அனுப்ப வேண்டுமாம். வள்ளி உடனே காரணம் என்ன இத்தனை நாட்கள் எங்கு சென்றார்களாம். பணக்கார மாப்பிள்ளை அரசாங்க வேலை பார்க்கும் பையனை வளைத்து

போட்டுகொள்ளவேன் என்று பேசியவர்கள் இன்று என்னை ஏன் தேடி வந்திருக்கிறார்கள். இப்பொது மட்டும் நான் இழிவானவள் இல்லையா என பேச வள்ளியின் அம்மாவும் அப்பாவும் வாயடைத்து போனார்கள். தான் பெற்ற மகளா இது இத்தனை நாட்கள் எத்தனை கேவலங்கள் அவமானங்களை பெற்று இருப்பேன். சரி நானோ உங்கள் மகனை நம்பி நம்பி என் வாழ்க்கையை இழந்துவிட்டேன். என்னை பெற்ற பாவத்திற்கு என் அம்மா அப்பாவிற்கும் அவமானங்கள். இது அனைத்தும் யாரால் உங்கள் மகனால் வந்தது. இப்படி பேச ஒரு நாள் வராமல் போய் விடுமோ என்ற அச்சத்தில் தான்

நான் அத்தனை பேச்சுக்களையும் தாங்கி கொண்டேன். என்று என்னுடைய காதலை தூக்கி எறிந்துவிட்டு நம்பிக்கை வார்த்தைகளை இவர்களிடம் கூறிவிட்டு சொல்லாமல் ஊரை விட்டு ஓடினானோ அன்றே உங்கள் மகன் மீது எனக்கு இருந்த காதல் போய்விட்டது. ஆனால் அவனால் தான் நான் இன்று பெரும் புகழோடும் வாழ்கிறேன் அந்த நன்றிக்கடனுக்காக தான் இவ்வளவு வார்த்தைகளையும் கேட்டு கொண்டு அமைதியாக இருந்தேன். என்றாவது ஒருநாள் உங்கள் மகனை நேரில் பார்த்து அவன் முகத்திற்கு முன்னால் என் மனதில் இருக்கும் கேள்விகளை கேட்டு விட்டு என் காதலை முறித்துக்கொள்ள வேண்டும் என எண்ணித்தான் காத்திருக்கிறேன். வள்ளி பேசி முடித்ததும் கதிரின் அப்பா எங்களை மன்னித்து விடு வள்ளி என்று அழத்தொடங்கினார். அவன் அன்று எங்களிடம் சண்டை போட்டு விட்டு நீங்களே வள்ளியை தேடி சென்று அவளை எனக்கு திருமணம் செய்து வைப்பீர்கள் அந்தநாள் வரும் என்று கூறிவிட்டு சென்றவன் இப்போது தான் கிடைத்திருக்கிறான். வள்ளிக்கு ஒன்றும் புரியவில்லை. என்ன சொல்கிறீர்கள். கொஞ்சம் தெளிவாக கூறுங்கள் என்றார் வள்ளியின் அப்பா. அவன் எங்களிடம் சண்டை போட்டுவிட்டு சென்றான். அதன் பின் ஒரு கடிதம் இல்லை தொலைபேசியில் அழைப்பு இல்லை. சரி அவனுக்கு எங்கள் மீது இன்னும் கோபம் குறையவில்லை அதனால் தான் அவன் எங்களிடம் பேசவில்லை என்று நினைத்தோம். நேற்று சாயங்காலம் ஒரு அழைப்பு வந்தது. அதை கேட்டுத்தான் நாங்கள் அதிர்ச்சியானோம். என்ன செய்தியென்று கூறுங்கள் எனக்கு மிகவும் பயமாக உள்ளது என்று கத்த தொடங்கினாள் வள்ளி. இப்போது கதிரின் மாமா பேசினார். கதிர் குடித்து குடித்து உன்னை பற்றியே

நினைத்துக்கொண்டு தனியாக பேசிக்கொண்டும் இருக்கிறான் வந்து அவனை அழைத்து செல்லுங்கள் நாங்கள் எவ்வளவோ கூறியும் அவன் கேட்க வில்லை உங்களுக்கு நாங்கள் முதல்லியே தகவல் கூற நினைத்தோம். ஆனால் உங்களிடம் கூறினால் அவன் இறந்துவிடுவேன் என்று எங்களை மிரட்டினான். இன்று அவன் நிலைமை மிகவும் மோசமாக உள்ளது அதனால் தான் அழைத்தோம் என்றார்கள் அவனோடு இருக்கும் அவனது நண்பர்கள். சரி நாங்கள் கிளம்பி வருகிறோம் என்று நாங்கள் இருவரும் கிளம்பி சென்று அவனை வீட்டிற்கு அழைத்தோம். ஆனால் அவன்

எங்களோடு வர மறுத்துவிட்டான். வள்ளியை அழைத்து வாருங்கள் எங்கள் காதலை ஏற்று கொண்டால் மட்டுமே நான் உங்களோடு வருவேன். இல்லை என்றால் நான் இப்படியே குடித்து குடித்து என் உயிரை மாய்துகொள்கிறேன் என்று எங்களோடு வர மறுத்துவிட்டான். எங்களுக்கு என்று இருக்கும் ஒரே வாரிசு எங்களின் செல்ல குழந்தை இப்போது அவனுக்கு மருந்து நீ மட்டும் தான். நாங்கள் எங்களது கெளரவத்தை மட்டுமே பெரிதாக நினைத்து எங்களுக்கு என்று இருக்கும் ஒரே மகனை இழக்க முடியாது. அதனால் எங்களின் கெளரவத்தை விட்டு விட்டு உன்னை தேடி வந்திருக்கிறோம். தயவுசெய்து எங்களோடு வா வள்ளி என்று இருவரும் அழைத்தார்கள். ஆயிரம் தான் வள்ளிக்கு கதிர் மீது கோவம் இருந்தாலும் அவனின் காதல் அவளின் மனதை மாற்றியது. இன்னும் அவன் என்னை மட்டுமே நினைத்து கொண்டு என்னை போலவே கஷ்டப்படுகிறான். தாமதிக்காமல் உடனே வருகிறேன் என்று வள்ளியின் அம்மா அப்பாவிடம் கூறிவிட்டு உடனே அவர்களோடு கிளம்பினாள்.

அங்கு சென்று அவனை பார்த்தவுடன் வள்ளிக்கு என்ன சொல்வது என்ன செய்வது என்று தெரியவில்லை. அழுகை மட்டுமே வருகிறது அவள் கண்களில். வள்ளியை பார்த்த கதிருக்கு ஆனந்தம். அவன் தள்ளாடிக்கொண்டே வா வள்ளி உனக்காக தான் நான் இன்னும் உயிரோடு இருக்கிறேன். மெதுவாக அருகில் வந்தவனை பார்த்து செய்வதறியாது திகைத்தவள் அவனை இறுக்கமாக கட்டி அணைத்துக்கொண்டு ஏன் இப்படி செய்தாய். என்னை பற்றி நினைத்து இருந்தால் உனக்கு இப்படி ஒரு முடிவை எடுக்க தைரியம் வந்திருக்குமா என்றவள் அருகில் இருந்த தண்ணீர் வாலியை எடுத்து அவன் மீது ஊற்றினாள். இப்போது அவனது போதை சற்று

குறைந்தது. என்னை மன்னித்துவிடு வள்ளி இவர்களிடம் உன்னை திருமணம் செய்துவைக்குமாறு கூறினேன். ஆனால் இவர்கள் யாரும் சம்மதிக்கவில்லை. உங்கள் வீட்டில் என்ன சொல்வது எப்படி சொல்வது என்று திரியாமல் தான் நான் அவகாசம் கேட்டுவிட்டு சொல்லாமல் கொள்ளாமல் கிளம்பிவிட்டேன். உனது கடிதங்கள் கண்டதும் பதில் என்ன எழுதுவது என்று தெரியாமல் தான் நான் எழுதவில்லை. எனது கடிதத்தை எதிர் பார்த்துக்கொண்டு இருப்பாய் என்று தெரியும். உன்னால் எப்படி வள்ளி எனக்காக காத்திருக்க முடிந்தது. என்னை பற்றி எந்த தகவலும் இல்லாமல் எனக்காக உன் வாழ்வை தொலைத்துவிட்டு இன்று எனக்காக உன்னால் எப்படி வரமுடிந்தது என்ற கதிரின் கேள்விகளுக்கு வள்ளியின் ஒரே பதில் நமது காதல் தான் இன்று என்னை இவ்வளவு தூரம் உன்னை தேடி வர வைத்தது. உண்மையான காதல் என்றும் தோற்றுப்போவதில்லை என்று வள்ளி சோளத்தை கேட்டு கதிரின் அப்பாவும் மாமாவும் தலை குனிந்தார்கள்.

ஊருக்கு திரும்பி வந்த இருவரும் நினைத்தது போல் அனைவரின் சம்மதத்துடனும் திருமணம் என்னும் மலர்மாலை சூடிக்கொண்டனர். இன்றோ வள்ளி ஒரு சிறந்த பேச்சளாராகவும் எழுத்தாளராகவும் இவளுக்கு உற்றதுணையாக இருந்த கதிரும் அவனது வேளையில் சிறந்த மேல்அதிகாரியாகவும் அவர்களது வாழ்கை நகர்கின்றது.

"அழகு என்பது வார்த்தை மட்டுமே வாழ்க்கை அல்ல"

"இன்று கதிரவனின் பார்வை பட்டு வள்ளியின் அழகும் ஒளிர்கிறது".

இன்னும் எத்தனையோ வள்ளியும் கதிரும் இந்த உலகில் வாழ்ந்துகொண்டு தான் இருக்கிறார்கள். நிறம் என்பது ஒருவரின் குறை அல்ல அது அவர்களின் வாழ்வை மாற்றும் நிறை என்று

சாதித்து கட்டிய வள்ளியை போன்றும் ஒரு பெண்ணின் திறமையை உலகத்திற்கு காட்டி தன்னை பற்றி மட்டுமே யோசிக்காமல் தனக்கானவளுக்காகவும் வாழ்ந்து சாதித்து கட்டிய கதிர் போன்றும் வாழ்ந்துகொண்டு இருக்கும் அத்துணை ஆண்கள் மற்றும் பெண்களுக்கும் சமர்ப்பணம்

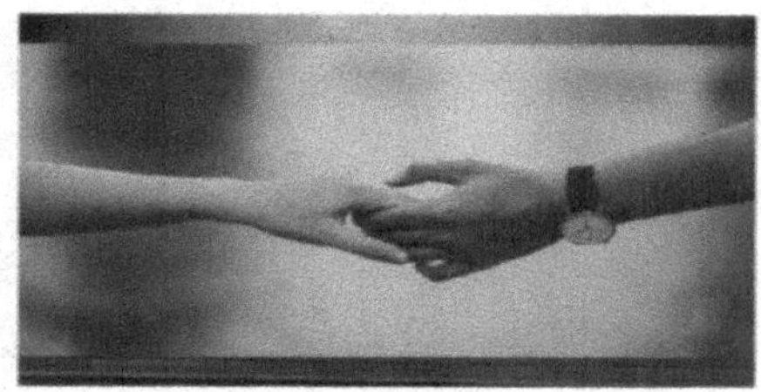

************** நன்றி **************

--- வாழ்க வளமுடன் ---